नोव्हेंबरचा पाऊस

(Blue Storm)

डॉ. ओमकार भाटकर

मराठी अनुवाद

प्रतिभा जोशी

Ukiyoto Publishing

All global publishing rights are held by

Ukiyoto Publishing

Published in 2024

Content Copyright © डॉ. ओमकार भाटकर

ISBN 9789362690449

All rights reserved.
No part of this publication may be reproduced,
transmitted, or stored in a retrieval system, in any
form by any means, electronic, mechanical,
photocopying, recording or otherwise, without the
prior permission of the publisher.

The moral rights of the author have been asserted.

This is a work of fiction. Names, characters, businesses, places, events, locales, and incidents are either the products of the author's imagination or used in a fictitious manner. Any resemblance to actual persons, living or dead, or actual events is purely coincidental.

This book is sold subject to the condition that it shall not by way of trade or otherwise, be lent, resold, hired out or otherwise circulated, without the publisher's prior consent, in any form of binding or cover other than that in which it is published.

www.ukiyoto.com

For Suchit Shetty

To my teachers
Wyomia Almeida
P S Vivek
Edward Rodrigues

Thankyou
Nipun Pandey, for your patience in putting it together
and
Rhee Jaesang, for believing in this play

and for some reasons to
Mayur Poojari
Sanket Angane
Sharmila Velaskar Kadne
Sukant Goel
Mimiksha Roy and Alvin Anthony

अनुक्रमणिका

अंक पहिला	1
अंक दुसरा	29
लेखक - दिग्दर्शकाची नोंद	46
दोन शब्द…अनुवादकाचे	48
भाषा रूपांतर करणाऱ्या बद्दल	50
लेखकाबद्दल	51

अंक पहिला

पात्र : कैवल्य आणि विद्या

(एक बुक कॅफे, कैवल्य पुस्तके चाळत आहे, विद्या येते)

कैवल्य : मिस विद्या ?

विद्या : तू कैवल्य ना ? If am not wrong २००३ ची बॅच ?

कैवल्य : अरे ! तुम्हाला इतकं कसं आठवतंय ?

विद्या : असंच ! Something memorable ! बरं आपण कॉफी पिऊया का ? म्हणजे निवांत बोलता येईल आपल्याला. म्हणजे तुला वेळ असेल तर...

कैवल्य : Yes, why not ! तुमच्यासाठी काहीही...

विद्या : हं ! सध्या काय करतोस तू ? ♬

कैवल्य : तुमच्याच पावलावर पाऊल टाकून मीही शिकवतो आहे...

विद्या : That's remarkable.

कैवल्य : पूर्वीपेक्षा खूप बदल झालाय तुमच्यात असं वाटतंय मला. म्हणजे फिजिकली नाही,पण म्हणजे.... मला नीट नाही सांगता येत...

विद्या : ते जाऊ दे. आपण तुझ्याबद्दल बोलूया. शाळेत तू माझा लाडका स्टुडंट होतास. पण S.S.C पास होऊन तू जो गेलास, तो गेलासच. मी तुला शेवटची भेटले ते २००३ मध्येच.

कैवल्य : २००३ साल. फक्त एक आठवण म्हणूनच उरलंय आता.

विद्या : तू असा कोड्यात का बोलतोस ? Is there something ? शाळेत असताना तू तुझ्या सगळं मला सांगायचास... तसंच आजही तू मन मोकळं करू शकतोस माझ्यापाशी... हं बोल... (शांतता)

कैवल्य : २००३ साल ? माझ्या मनात आठवण बनून रुतून बसलंय. ते मनातून गेलंच नाही. ते जावं असं मला कधी वाटलं ही नाही. बाकी काही नाही, पण जाणारा काळ मला मात्र

बदलवून गेला. ते वर्ष मला, मिळालेले प्रेमाचे बंध, मैत्रीचं गहिरं रूप, या साऱ्यांच्या आठवणी मनात रुजवून गेलं.

विद्या : अशा कोणत्या आठवणी कैवल्य ? शाळेत असतांना तुझ्या जीवनातल्या जवळजवळ सगळ्याच गोष्टी तू माझ्याशी शेअर करायचास. त्यावेळी शाळेत असणाऱ्या सगळ्या मुलांच्यात तू एक वेगळा असा, लक्षात राहणारा विद्यार्थी होतास. तुझ्या सगळ्या मित्रांचा सुद्धा तू खूप लाडका होतास.

कैवल्य : सगळ्या मित्रांच्यातल्या फारच थोड्या मित्रांशी मी क्लोज होतो.

विद्या : अरे ! मला तर वाटायचं तुझी सर्वांशीच अगदी छान मैत्री आहे. तसं नव्हतं तर... म्हणजे तू सगळ्यांचा आदर्श होतास, असा अर्थ झाला.

कैवल्य : **(हसत)** तीच शक्यता असू शकते. ते सारं जाऊ दे. So, you tell me, तुमच्या आयुष्यात काय घडलं ? आपल्या आयुष्यातले शाळेतले सोनेरी दिवस आता राहिलेले नाहीत हे निश्चित ! माझं शाळेवर खूप प्रेम होतं. त्यात तो शाळेचा युनिफॉर्म आताही घालता आला असता तर आजही मी त्या

ठराविक बाकावर बसून तुम्ही शिकवलेला केमिस्ट्री हा विषय ऐकला असता, अगदी आवडीनं! ते निरागस वय किती छान होतं नाही? आज मी हे म्हणतोय, पण शाळेत असताना वाटायचं कधी एकदा कॉलेजची पायरी चढतो आहोत. मोठं होण्यात घाई होती तेव्हा. वाटायचं... वाटायचं मोठा झाल्यावर आपण आपल्याला हवे असलेले सारे निर्णय आपल्या मनासारखे घेऊ शकतो. पण आज हे सारं हातात असूनही, मन मात्र निरागस आयुष्याकडे धाव घेतं.

विद्या : खरं आहे तुझं कैवल्य. ते निरागस दिवस केव्हाच मागे पडलेत. शाळेत राजाध्यक्ष म्हणून नवीन प्रिन्सिपल आल्या आहेत. आता शाळा ही पूर्वीसारखी नाही आहे. स्टुडंटही तुमच्यासारखे नाहीत. सारंच बदलून गेलं आहे. मला आठवतंय त्याप्रमाणे तुमची किंवा तुमच्या नंतरची एखादी बॅच तुमच्यासारखी डिसेंट असेल. त्यानंतर आलेले सगळे विद्यार्थी स्वतःला खूप हुशार समजणारे, आपल्याला काही शिकवायचीच गरज नाही हे आपल्या वागणुकीतून दाखविणारे, कुणाचाही मान न ठेवणारे असेच होते. डोळ्यांसमोर कुठलंही ध्येय्य नाही, आयुष्याबद्दल कसलीच आसक्ती नाही, काहीच नाही. हे जीवन नवीन

टेक्नॉलॉजी आणि एका क्लिकवर मिळणारी जगातली कुठलीही माहिती, यामुळे माणसातली काही करण्याची जिद्दच संपवून टाकली आहे. सतत बदलणारे शैक्षणिक नियम - शिक्षण पद्धतीला घातक ठरत चाललेत. माझे शिकवण्यातली आवडंच संपून गेली आहे. आज प्रत्येकाला सहज साध्य, इन्स्टंट आणि रेडिमेड गोष्टी हव्या आहेत. दोन मिनिटात तयार होणाऱ्या मॅगी सारख्या. आज एकही विद्यार्थी असा नाही, जो शिक्षणातल्या एकातरी विषयावर साधा प्रश्न विचारेल. साहित्य वाचन तर झालंय. खूप त्रास होतोय या सगळ्याचा.

कैवल्य   : खरंच तुमचं. सगळंच बदलत चाललंय.

विद्या   : तू मात्र होतास तसाच आहेस, आजही. तुझ्यात बदल झालेला दिसत नाहीये.

कैवल्य   : तुम्हीही तशाच छान आहात, जशा तेव्हा होतात. आजही वाटत नाही की आपण तब्बल १४ वर्षांनी भेटतोय. कालच आपली भेट झाली होती असंच तुमचं वागणं आहे. पण तरीही मला असं का जाणवतं आहे की काही बदललं आहे तुमच्या आयुष्यात. ♬

विद्या : कुणाकुणाच्या टच मध्ये आहेस तू सध्या ?

कैवल्य : खरं सांगायचं तर कोणाच्याच नाही. अनेकजण फेसबुक वर आहेत. परंतु फेसबुक म्हणजे एकमेकांच्या टचमध्ये असण असू शकत नाही ना ?

विद्या : संकेत, विरेन यांच्याही टच मध्ये नाहीयेस तू ? आश्चर्यच म्हणावं लागेल.

कैवल्य : देवच जाणे सगळे कुठे आहेत ! मला वाटतं त्यांच्या जीवनात ते व्यस्त असतील / किंवा नोकरीनिमित्त कुठे गेलेही असतील. विरेन नागपूरला आहे. तो जो फुटबॉलचा कॅप्टन होता ना ? तो आता कोरिओग्राफर झाला आहे. तो शोज करत फिरत असतो. २००३ च्या उन्हाळ्यानंतर सगळे आपापल्या मार्गाला लागले.

विद्या : २००३ चा उन्हाळा...! तुम्ही एस एस सी होऊन बाहेर पडलात, तेव्हाच माझंही लग्न झालं. एकंदरीत ते वर्ष चमत्कारिच होतं ! ♪

कैवल्य : हो खरंच ! फारच चमत्कारिक होतं ! ♪

विद्या : तेव्हा काही घडलं का तुझ्या आयुष्यात ? मला काही सांगावसं वाटतं का तुला ? तू मला काहीही सांगू शकतोस. शाळेचे दिवस केव्हाच मागे पडलेत. आपण खूप दूरवर चालत आलो आहोत.

कैवल्य : शाळेचे दिवस खूप मागे पडले आहेत. हे फक्त म्हणण्यापुरतं आहे. खरंच तसं आहे असं जाणवतच नाही. आजही आपलं मन धावायला पाहतंय त्या शाळेतल्या दिवसांकडे. त्या छान दिवसांचा नव्याने अनुभव घ्यायला. आपण भविष्याकडे जात आहोत हे खरं आहे, पण मनात भूतकाळ घेऊनच. आज आपण २०१६ मध्य भेटतोय. आणि बोलतोय कशावर ? तर घडून गेलेल्या भूतकाळावर. आयुष्याच्या दुसऱ्या बाजूवर १४ वर्षांपूर्वी घडलेलं अजूनही तसंच पडून आहे. एखाद्या गाठोड्यासारखं... ♫

विद्या : आपल्या आजच्या आयुष्याला, जीवनाच्या दुसऱ्या बाजूला असणारा भूतकाळ तर कारणीभूत नाही ना ?

कैवल्य : हो, अगदी मलाही असंच वाटतंय. तोच तो भूतकाळ, ज्यात आपल्या आयुष्यातल्या काही क्षणांची आहुती पडली, काही माणसांचे हातातून हात सुटले. मी आणि प्रतीक,

आणि कदाचित तुम्हीसुद्धा... तुम्ही माझ्या गुरु, गाईड, माझ्या मित्र, माझी मानसिकता जाणून घेऊन सल्ला देणाऱ्या सल्लागार, माझं सर्वस्व, तुमच्याशिवाय मला वेगळं असं अस्तित्वच नव्हतं राहिलं.

विद्या : कैवल्य तू माझा खूप लाडका आणि जवळचा विद्यार्थी होतास. भाऊक, स्वच्छ मनाचा, निरागस, फार कमी माणसं अशी असतात.

कैवल्य : माझ्या भावुक मनाच्या भावना कुणी समजूनच घेतल्या नाहीत. ना माझ्या मैत्रिणींने, ना प्रेमाने... ♫

विद्या : कैवल्य, तुझ्या आयुष्यात तुझ्या मैत्रिणीकडून आणि तुझ्या प्रेमाकडून काय घडलं ते सांगशील का मला ? हे बघ, प्लीज सांग. मन मोकळं कर. माझ्यासाठी तरी... ♫

कैवल्य : २००३ सालच्या पावसाळ्यात हे सारं घडलं. मी अनिताला १४ वर्षे ओळखत होतो. लहानपणापासून आम्ही एकत्र होतो. खेळणं, रुसणं, वाटून घेण सगळं एकमेकांसाठी असायचं. मला आजही आठवतंय. तिचं माझ्यावर रागावणं आणि

राग आल्यावर आमची खेळणी, सगळ्या वस्तू, दप्तर, सारं गोठडं घेऊन आपल्या घरी निघून जाणं, माझ्या भावनांचा विचारही न करता मला एकाकी सोडून जाणं... ♫ असंच काही घडलं २००३ च्या पावसाळ्यात. अनिता आपलं सगळं काही घेऊन, मला समजून न घेता, मला एकाकी टाकून निघून गेली. तिच्या सहवासात मला वाटणारा विश्वास, होणारा आनंद, मनाची निश्चितता, सारं एका क्षणात तिच्या जाण्याने संपून गेलं. उरली निरव शांतता. ♫ आणि तिच्या विरहाचा भार. त्याक्षणी माझ्याजवळ अशी एकही व्यक्ती नव्हती, जिला मी हे सारं मनमोकळेपणाने सांगू शकेन. अनिता काही ऐकून आणि समजून घेण्याच्या मनस्थितीतच नव्हती. तर ती मला यातून मार्ग काय दाखवणार? मी आणि अनिता दोघे वेगवेगळ्या शाळेत होतो. ती सेंट पॉल आणि मी सेंट विन्सेंटमध्ये होतो. दोघांच्या शाळा साधारण एकाच वेळी सुटायच्या. त्यामुळे येताना मी तिच्या फ्रेंड्सबरोबर घरी येत असे. अनिता माझ्या शेजारीच राहायची, आणि माझी ती एकमेव मैत्रीण अशी होती की, जीचा सहवास मला आनंद देत असे. तिच्या सहवासात मला सुरक्षित वाटायचं. मी मीच होतो. तुम्ही म्हणता ते बरोबर आहे. मी नेहमी मित्र-मैत्रिणींच्या घोळक्यात असायचो. मी अनेकांचा आवडता मित्र

होतो. ♬ फक्त अनिताच्या सहवासात मात्र मला माझं कोणीतरी आहे, फक्त माझं, असं जाणवायचं. आणि माझा एकाकीपणा दूर व्हायचा. ♬ अनिता संध्याकाळी भाषेच्या क्लासला जात असे. वर्गातल्या अनेकांनी भाषेचा क्लास लावला होता. याच वर्गात सेंट विन्सेंटमधील मुलं आणि सेंट पॉलमधल्या मुली यांची औपचारिक भेट व्हायची. पण मला भाषेच्या शिकवणीची गरज नव्हती. कारण त्याचवेळी माझी गणिताशी लढाई सुरू असायची.

विद्या   : मला आठवतंय, तुला गणिताचा खूप तीटकारा होता.

कैवल्य   : खरोखरच मला कळायचं नाही, की गणिताने माझ्या जीवनावर असा काय परिणाम होणार आहे ? शाळा सुटल्यावर पुढचे काही तास गणितातले नंबर, समजण्यात मी थकून जात असे. आज M. A. झाल्यावर माझ्या मनात विचार येतात, की मी गणितासाठी एवढे तास कशाला फुकट घालवले आयुष्यातले? त्रिकोण, चौकोन, गुणाकार, भागाकार, बीजगणित यातल्या कोणाचीही मदत मला झाली नाही, माझ्या आयुष्याचं गणित सोडवायला. मला आजही आश्चर्य वाटतंय की, मला जर

माहित होतं की ह्याचा मला काही उपयोग नाही किंवा मला ज्याची आवड नाही त्या गणितासाठी मी स्वतःचा एवढा छळ का करून घेतला ?

विद्या : तुला तर गणित आवडत नव्हतं. अनिताला आवडायचं ?

कैवल्य : अनिताला गणित आवडायचं. पण साहित्यात तिला जराही रुची नव्हती. आम्ही एकत्र असताना हे सगळं जाणवायचं नाही. आमच्या आवडीनिवडी वेगवेगळ्या असूनही आम्ही जेव्हा एकत्र यायचो, तेव्हा ते वेगळेपण गळून पडायचं आणि आम्ही एक होऊन जात होतो. मला वाटतं मैत्री आणि प्रेमाची हीच ताकद दोघांना एक करत होती. त्यातच एक वेगळी गोष्ट घडली. शाळेत प्रतिक माझ्याजवळ बसायला लागला आणि तेव्हा मला समजलं, की प्रतिक माझ्या वर्गात आहे. असा एक मुलगा, जो रोज काही ना काहीतरी आणायला विसरतो आणि असा अव्यवस्थित मुलगा माझ्याजवळ बसतो आहे. तो मला नेहमी गृहीत धरत असे. त्याने न आणलेली वस्तू मी त्याला देणार याची त्याने खात्रीच बाळगली होती. लवकरच तो माझा जवळचा मित्र झाला. मी आणि प्रतीक पहिल्यांदा फिरायला गेलो तेव्हा मी

मला आवडणाऱ्या अनेक कविता त्याला म्हणून दाखवल्या. त्या कविता म्हणजे माझ्या जीवनाचा पायाच आहेत, असं आजही मला जाणवतंय.

जगण्यासाठी आधाराची खरंच गरज असते का ?
आपण ज्याला आधार मानतो,
तो खरोखरच आधार असतो का?
गडद अंधारातून आपण प्रकाशात येताना,
एकटेच येतो,
पुन्हा काळोखात फिरताना सुद्धा,
हा एकटेपणाच आपली सोबत करतो,
मग या उजेडातल्या प्रवासातच ही वेगळी तहान का?
जीच्या वाचून असहाय्य व्हावं,
इतकी तिची मिजास का ?
ज्याचा आधार शोधायचा, ते तरी कुठे समर्थ असतात?
खरं म्हणजे ते देखील आपल्यासारखेच
उजेडात चाचपडंत असतात
तरीही त्यांच्या हातांची उब आपल्याला का हवी असते?
गंमत म्हणजे आपल्या खांद्यावरही ,

कुणाची मान विसावू पाहते.
अखेर आधार या शब्दाचाच आपण
आधार घेत असतो का ?
जगण्यासाठी आधाराची खरंच इतकी गरज असते का ? ♫

विद्या : मी विवेकला पहिल्यांदा भेटले तेव्हा तो हारुकी मुराकामी बद्दल बोलला. मला माहितही नव्हतं तो कोण आहे? अगदी आत्ता आतापर्यंत. त्या रात्री शेल्फ वरून एक पुस्तक खाली पडलेलं दिसलं आणि त्यानंतर काही आठवड्यातच मी मुराकामी वाचलं. विवेक सतत स्वतःजवळ 'स्वीटहार्ट स्पटनिक' ठेवायचा, खुणेचा अंगठा ठेवून. संधी मिळताच त्याचं वाचन सुरू व्हायचं. वाचताना एखादी लाईन आवडली की लगेच हातातल्या पेन्सिलने ती ओळ अधोरेखित करायचा. त्या ओळी एखाद्या प्रार्थनेसारख्या मनात जपून ठेवायचा.

कैवल्य : तुम्हाला त्यातली एखादी ओळ आठवते का ?

विद्या : अर्थात ! मी सुद्धा ओळी अधोरेखित करण्याची कला... हो, कलाच म्हणावी लागेल... आत्मसात केली.

मला ते आवडतं आणि मी लक्षातही ठेवते त्या ओळी. ही 'स्वीटहार्ट स्पटनिक' मधली ओळ आहे. ♫

' आपण अत्यंत चांगले प्रवासी मित्र आहोत. दोन वेगवेगळे ग्रह असल्यासारखे . परंतु मित्र असूनही आपले मार्ग भिन्न आहेत, प्रत्येकाचा स्वतःचा असा एक वेगळा मार्ग आहे. दूरवरून ते चमचमणाऱ्या ताऱ्यांसारखे दिसतात. परंतु प्रत्यक्षात मात्र ते एकाच अवकाशात फिरत असूनही, अवकाश हे त्यांचं बंधन किंवा बंदी गृह झाला आहे. त्यांना अवकाश सोडून कुठेही जाता येत नाही. एकमेकांजवळून जाताना एका क्षणात आम्हीही जवळ येत असू , एकत्र आल्यासारखे, मनाने एकरूप झाल्यासारखे. पण तेही एका क्षणापुरतेच. त्यानंतर परत एकदा एकदम अलिप्त , एकाकी जळत राहून नष्ट होणारे.' ♫

कैवल्य : अत्यंत हृदयस्पर्शी ! आपल्या दोघांच्या गोष्टी सारखीच... (लॉन्ग पॉज) शाळेतल्या शेवटच्या वर्षी माझ्या लक्षात आलं की मी प्रतिकच्या प्रेमात पडलो आहे. तेही आयुष्यात प्रथमच. मनस्वी प्रेमाचा आविष्कार होता तो. प्रतिकच्या रूपाने एक चक्रीवादळ माझ्या आयुष्यात अवतरलं होतं. मनातली विचाररुपी झाडे, भावनांचे अंगार, प्रेमाचे

स्फुल्लिंग, सारं बाहेर पडून जणू अवकाशात तरंगत होतं माझ्यासह. ♫

मला प्रतिकबद्दल असं काही वाटतं हे मी अनितालासुद्धा सांगितलं नाही, सांगावसं वाटूनही. कारण मला कळत होतं की अनिता या भावना समजू शकणार नाही. इतक्या लगेच तिला सांगणं मला योग्य वाटलं नसावं त्यावेळी. मी विचार केला की आधी प्रतीकला काही वाटलं का ते समजून घ्यावं. त्याचं काय म्हणणं आहे ते ऐकावं. त्यानंतरच अनिताला सांगणं योग्य ठरेल.

विद्या : तुझ्या भावना आणि तुझ्या sexuality बद्दल अनिताला काही जाणवलं होतं?

कैवल्य : तिला समजायला लागलं होतं. कदाचित, त्यामुळे हे सगळं सहजतेने समजावं अशा प्रयत्नात मी होतो. तिला समजावणे मला अवघड नव्हते. परंतु तिच्या दुराव्याची सूक्ष्मशी भीती माझ्या मनात होती. पण मी मूर्ख आणि अपरिपक्व ठरलो, माझ्या या वागण्यामुळे.

विद्या : मला लोकांचं नवल वाटतं की एखाद्या माणसाच्या sexuality वरून त्याचं character कसं असायला हवं, हे कसं काय ठरवून मोकळे होतात? एनीवे, पुढे काय झालं?

कैवल्य : नंतरच्या काही दिवसांत मी त्याच्या अधिक जवळ गेलो. तेव्हा तोही मला सहज वाटला आणि अनपेक्षितपणे प्रतिक जे मला बोलला, त्याने माझ्या डोक्याची शकलं उडाली, हृदय कोमेजून गेलं, तळपत्या सूर्याच्या प्रकाशात मी भाजून निघतोय असं मला वाटलं. प्रतिक म्हणाला,

(व्हॉइसओवर)

('संध्याकाळच्या भाषेच्या वर्गात माझ्याबरोबर एक मुलगी आहे, ती मला खूप आवडते. आमची अनेकदा नजरानजर होते. पण बोलण्याचं धाडस दोघांनाही होत नाही. तिला माझ्याबद्दल काय वाटतं हे मी सांगू शकत नाही. पण मला मात्र ती आवडते. मी हे सारं तुला एवढ्यासाठी सांगतोय, कारण मला वाटतं की तू तिचा खूप जवळचा मित्र आहेस. तुम्ही शाळेतून एकत्रच घरी जाता. So मला तुझ्या मदतीची गरज आहे.')

मी दगडी पुतळाच झालो. माझ्या सर्व हालचाली गोठून गेल्या. मी विस्फारित नेत्रांनी त्याच्याकडे एकटक बघत उभा राहिलो. अचानक माझ्या जीवनाचं मला ओझं वाटायला लागलं. ♫

विद्या   : तुझी अवस्था मी समजू शकते. I can imagine ! तुला काय वाटलं असेल? आयुष्यातली एखादी घटना माणसाला हतबुद्ध करून जाते.

कैवल्य   : त्या दिवशी मी अनिताला भेटायचं टाळलं. एकटाच घरी गेलो. डोळे अश्रूंनी भरले होते. रस्ता दिसतही नव्हता नी संपता संपतही नव्हता. कसाबसा घरी पोहोचलो, उशीत डोकं खुपसून ढसाढसा रडलो. उशी पूर्ण ओली झाली. ग्लानीत तसाच पडून असताना कानांवर अनिताचा आवाज पडला. ती घरच्यांना माझ्याबद्दल विचारत होती. मी उठून बसलो. अनिता येऊन बसली आणि म्हणाली,

(व्हॉइस ओवर)

" तुझी प्रतिकची चांगली मैत्री आहे का रे ? "

मी आणि प्रतीक खूप चांगले मित्र आहोत असं मी तिला सांगितलं. अनिता तिच्या सर्व गोष्टी माझ्याजवळ बोलत असे. अगदी सहजतेने. मला माझाच आश्चर्य वाटलं होतं की, मी तिच्या भावना कधी समजून घेत नव्हतो. मला तिच्याशी मोकळ का बोलता येऊ नये ? माझ्या प्रतिकबद्दलच्या ज्या भावना आहेत, त्या त्याच्याही माझ्याबद्दल असाव्यात असा दुराग्रह असूच शकत नाही. मला अनिताच्या डोळ्यात उत्सुकता ओसंडून वाहताना दिसत होती. हे तिचं पहिलं प्रेम होतं आणि त्यात हस्तक्षेप करण्याचा किंवा नकारात्मक विचार करण्याचा मला अधिकारच नव्हता. अनिताने याबाबतीत माझी मदत मागितली होती आणि मी तिला होकार दिला होता.

विद्या   : म्हणजे अनिताही प्रतिक वर प्रेम करत होती आणि त्यासाठी तिने तुझी मदत मागितली !

कैवल्य   : अर्थात ! कारण मी तिचा जवळचा आणि चांगला मित्र होतो.

विद्या   : केवढा मोठा विनोद आहे हा, नाही ? अनिता आणि प्रतिक जे एकमेकांना आवडत, एकमेकांवर प्रेम

असण्याचा दावा करंत होते . पण एकमेकांशी एक शब्दही बोलू शकत नव्हते.

कैवल्य : दोघांमधील दुरावा संपून त्यांना एकत्र येण्यासाठी माझ्या मदतीचा पूल हवा होता. त्यांच्या भावना मी दोघांपर्यंत पोहोचवाव्यात अशी त्यांची माझ्याकडून अपेक्षा होती. ते जर २०१७ साल असतं, तर कदाचित त्यांना माझी गरज लागलीही नसती. पण त्यावेळी न मोबाईल होते, ना व्हाट्सअप, ना फेसबुक, ना इंटरनेट. हे सगळं काम एखादा मित्र नाहीतर मैत्रीणच करत असे.

विद्या : आणि अशा तऱ्हेने निरोप्या कैवल्याचा प्रवास सुरू झाला. जो आपल्या जवळच्या मैत्रिणीच्या भावना तो स्वतः प्रेम करत असलेल्या मित्रापर्यंत पोहोचवणार होता. ♫

कैवल्य : अनिता प्रतिकला पत्र लिहायला घ्यायची. थोड्या ओळी झाल्या की तिला आपल्या भावना पत्रात कशा उतरवायच्या हेच सुचायचं नाही. त्या ओढाताणीतून मीच तिची सुटका करायचो. तिच्या भावना मी शब्दरूप करत असे आणि ती तिच्या हस्ताक्षरात पत्रात उतरवत असे.

विद्या : किती निरातिशयता असते प्रेमात आणि जीवनात ! खरंच ! पण जग अशा निरातिशयतेवरच उभं असतं. ♫

कैवल्य : अनिताच्या प्रेमाच्या निमित्ताने मी प्रतिकच्या अधिकाधिक जवळ जात होतो. माझ्याही नकळत. तर दुसरीकडे मला असं वाटत होतं की माझं मन प्रतिकमध्ये गुंतलय, म्हणून मी त्यांच्या अधिक जवळ जातोय. मी त्याच्यापासून दूर होण्याचा प्रयत्न करत होतो. पण माझ्याही हातात ते राहिलं नव्हत. जवळीक वाढतच होती. त्याच्याबद्दलचं आकर्षण हे आकर्षण न राहता, त्याचं रूपांतर अत्यांतिक प्रेमात झालं होतं.

विद्या : प्रेम जेवढं नाकारळ तेवढं अधिक वेगाने ते तुमच्याकडे येतं. ♫

कैवल्य : तू कोणाच्या प्रेमात पडली आहेस का सध्या ?

विद्या : कैवल्य, आपण तुझ्या प्रेमाबद्दल बोलतोय, माझ्या नाही. तुझ्या आयुष्यात पुढे काय घडलं ते मला ऐकायचं आहे.

कैवल्य : माझ्या जीवनाची गोष्ट काय तुझ्या जीवनाच्या घडामोडी पेक्षा वेगळी आहे असं मला वाटत नाही. मुराकामिने लिहिल्याप्रमाणे सेमच असणार हे निश्चित. आपण अत्यंत चांगले प्रवासी मित्र आहोत. दोन वेगवेगळे ग्रह असल्याप्रमाणे. परंतु मित्र असूनही आपले मार्ग भिन्न आहेत. प्रत्येकाचा स्वतःचा असा एक वेगळा मार्ग आहे. दूरवरून ते चमचमणाऱ्या ताऱ्यांसारखे दिसतात.

विद्या : परंतु प्रत्यक्षात मात्र ते एकाच अवकाशात फिरत असूनही अवकाश हे त्यांचं बंधन किंवा बंदी गृह झालं आहे. अवकाश सोडून त्यांना कुठेही जाता येत नाही.

एकत्र : एकमेकांजवळून जाताना एका क्षणासाठी आम्हीही जवळ येत असू. एकत्र आल्यासारखे. मनाने एकरूप झाल्यासारखे. पण तेही एका क्षणापुरतेच. त्यानंतर परत एकदा एकदम अलिप्त, एकाकी, जळत राहून नष्ट होणारे. ♫

विद्या : माझी अती काळजी करणाऱ्या माझ्या आई पासून माझी सुटका करून घेण्यासाठी मी लग्न केलं. मला एकट राहण्याचा कंटाळाही आला होता. तो मनापासून घेतलेला निर्णय

नव्हता, तर एका अर्थाने लादलेला निर्णय होता. त्यावर कळस म्हणजे आई पासून सुटका करून घेण्यासाठी मी ज्याच्याशी लग्नाला तयार झाले तो माझ्या वडिलांच्या मित्राचाच मुलगा होता. तो लेखक होता. एवढे एकच कारण मला पुरेसं होतं त्याच्याशी लग्न करायला. मी साधं - सोप्प गणित मांडलं. लेखक म्हणजे भावनाप्रधान, समोरच्याच्या भावना समजून घेणारा. बस्स ! लेखक असल्यामुळे तो अत्यंत भावनाप्रधान होता, सृजनशील ही म्हणता येईल. तो पॅरिसमध्ये लहानाचा मोठा झाला. फ्रेंच भाषा अवगत होती. त्यामुळे त्याचं लिखाण फ्रेंच भाषेतच असायचं. मला फ्रेंच चा गंधही नव्हता. बोलताही येत नव्हतं आणि कळतही नव्हतं. फ्रेंच एकताना मला वाटायचं की तोंडात चॉकलेट विरघळवत कोणी बोलत आहे. परंतु एक निर्णय निश्चितपणे घेतला होता, अगदी ठरवून. तो निर्णय चुकीचा ठरला हे समजेपर्यंत अनिश्चितता कुठेच नव्हती. परंतु चुकीचं समर्थन किंवा परिमार्जन करायला हातात काहीच नव्हतं. सगळं जीवनच बदललं. घडी विस्कटली. नीट बसवण्याच्या पलीकडे गेली. ♫

कैवल्य : तुझ्या हातून दुरुस्त न होऊ शकणारी चूक झाली? तीसुद्धा अशा वयात? जेव्हा आपल्याला काहीच कळत नव्हतं?

विद्या : माझ्या चुकीच्या विचाराशी आजही माझा झगडा चालू आहे. मी त्यावेळी फक्त २१ वर्षांची होते. पण १४ वर्षांच्या मुलांची शिक्षिका होते. मोठ्या मुलांना शिकवताना मी इतकी मोठी चूक कशी करू शकते? हा विचार करत असतानाच दुसरा विचार मनात येतो की माझी आई अती काळजी करणारी नसती, तर जीवनातला अत्यंत महत्त्वाचा निर्णय घेताना मी विचारपूर्वक निर्णय घेतला असता कदाचित.

कैवल्य : बरीच जण ह्याच वयात लग्न करतात आणि पुढच्या एक दोन वर्षात त्यांना मुल होतं. मग त्यानुरूप व्यवसायाची निवड करतात. आपल्याला अनेक गोष्टींचा साक्षात्कार सगळं घडून गेल्यावरच होतो अनेकदा. पण तोपर्यंत खूपच उशीर झालेला असतो. आपलं जीवन अशा टोकापर्यंत येऊन पोहोचलेलं असतं की, अंदाजच येत नाही पुढे काय आहे याचा. त्याचं कारण तो चुकीचा निर्णय आपण निरागस वयात घेतलेला असतो. ज्याचे पडसाद पुढच्या आयुष्यावर उमटतात.

विद्या : माझा विश्वासच बसत नाहीये की तू माझाच विद्यार्थी आहेस. खरंच ! किती मॅच्युरिटी आली आहे तुझ्यात. अगदी ठळकपणे लक्षात येण्या इतपत.

कैवल्य : आयुष्य आपला अत्यंत चांगला शिक्षक असतो. पण हे केव्हा कळतं ? सगळं मुठीतून वाळू सारखं गळून जातं तेव्हा. कारण आपण काहीच शिकू शकत नाही या शिक्षकाकडून.

विद्या : खरं आहे तुझं म्हणणं ! मी सुद्धा जीवनाकडून खूप काही शिकले. पण तेव्हा हातातून वेळ केव्हाच निघून गेली होती. . मी लग्नाच्या बंधनाला कंटाळले होते. माझा संसारिक जीवन मरणपंथाला लागलं होतं किंवा जगलच नव्हतं. अशा परिस्थितीत माझी घुसमट होत होती, मरणाचे विचार मनात सतत घोंगावत राहायचे. मला जे आयुष्यात हवे होते ते हे नव्हतेच. लेखक नवऱ्याकडून माझ्या प्रेमाच्या ज्या अपेक्षा मी ठेवल्या होत, जी स्वप्न मी पाहिली होती, तसा तो नव्हताच. मला वाटायचं फ्रेंच भाषा हीच आमच्यातली मोठी दरी आहे. तो त्याचे विचार बोलून दाखवायचा. पण पती-पत्नीत जे संवाद असावेत तसं तो बोलतच नसे. तो अत्यंत प्रेमळ नजरेने बघायचा. हलकेच हसायचा आणि

लगेच त्याची बोटं टाईपराईटर वर चालायला लागायची. मी स्तब्ध पणे त्याच्याकडे बघत राहायची, मनात विचारांचं काहूर घेऊन. माझं लग्न, माझं जीवन, माझं प्रेम अशा अनेक गोष्टींच्या माझ्या संसारिक जीवनाकडून अपेक्षा होत्या. त्या अत्यंत सुंदर होत्या. पण प्रत्यक्षपणे तसे काहीच नव्हते. ना चांगलं, नाव वाईट. ना खरं, ना खोटं. होतं फक्त एक रिकामे पणा. ते रिकामे पण मला खायला उठायचं. माझी गळचेपी करायचं. माझ्या सहनशक्तीच्या बाहेर होतं ते सारं. सगळं अनैसर्गिक वाटायचं मला. मी वेगळं व्हायचा माझा निर्णय त्याला सांगितला . माझं आयुष्य बांधलं गेलं होतं, रिकामं झालं होतं. मला डिव्होर्स हवा होता. ♫

कैवल्य : याबद्दल तुझ्या आईचं काय मत होतं ? तुला राग येणार नसेल तर एक प्रश्न विचारू का ? तुझे आणि त्याचे शारीरिक संबंध कसे होते ?

विद्या : आईचा सामान्य माणसांसारखंच मत होतं. माझी घुसमट तिला समजत नव्हती. रिकामे पण तिच्या लक्षात येत नव्हतं. संसारात असं मताधीक्य असू शकतं, हेच तिला माहीत नव्हतं. त्यामुळे माझं व्यक्त होणे तेही डिव्होर्सच्या रूपात, तिला मान्य नव्हतं. माझं वागणं अतिरेक होता तिच्या दृष्टीने.

अर्थातच हा निर्णय जरा अतीच होता. पण त्या परिस्थितीचा विचार करता, मला हेच सुचत होतं. मला जबाबदारी नको होती, बंदिस्त आयुष्य नको होतं. मला हवी होती फक्त सुटका. त्या संसारातून, ज्यात काहीच उरलं नव्हतं किंवा रुजलच नव्हतं, आणि हो, त्याने मला शारीरिक, मानसिक किंवा दुसरा कसलाच त्रास दिला नाही. प्रेम मिळण्याचा विचार केला तर त्याचे आणि माझे फारसे संबंध आलेच नाहीत. माझ्या सुंदर शरीराचा विचार करता त्या शरीराचं जेवढं कौतुक व्हायला हवं होतं, तेवढं झालंच नाही. ♪

कैवल्य   : मग त्याने तुला डिव्होर्स दिला की नाही ?

विद्या   : तो वारंवार मला विचारायचा, " तुला खरच डिव्होर्स हवा आहे का ? आपलं लग्न वाचवण्यासाठी मी काय करायला हवं आहे ? कसं वागायला हवं आहे ?" असं सारखं परत परत विचारत राहायचा. शेवटी मी त्याला सांगितलं, तुझा अत्यंत मितभाषी स्वभाव मला जमत नाहीये. तू व्यक्तच होत नाहीस. मी काय समजायचं ? असा अबोल संसार कसा काय चालणार ? त्यावर तो बोलून गेला - मी त्याची नी:शब्दता समजू शकत नाही तर त्याचे शब्द मला काय कळणार ? ♪

कैवल्य : मग ? पुढे काय झालं ? आणखी काय बोलला तो ?

विद्या : काहीही नाही. त्याने डिव्होर्स द्यायला नकार दिला. त्याचं म्हणणं होतं, असं एक मोठं कारण नाहीये ज्या कारणासाठी डिव्होर्स द्यायला हवा. आणि मग त्याच्यातला लेखक जागा झाला. तो म्हणाला - " तो मला डिव्होर्स देणार नाही, पण मी कुठेही जायला, त्याला सोडायला त्याची हरकत नाही. माझी जशी इच्छा असेल तसं, तिथे मी राहावं आणि मला हवं तसं माझं आयुष्य जगावं.

कैवल्य : पण डिव्होर्स दिल्याशिवाय मोकळ कसं होणार ?

विद्या : तो म्हणाला - आपण वेगवेगळे राहू. मला आवडेल असा, मला प्रेम हवे, ते त्या पद्धतीने देणारा कुणी कधी भेटला, मला त्याच्याशी लग्न करावसं वाटलं, तर तो मला डिव्होर्स देईल. तोपर्यंत मी मला हवी तशी राहू शकते. ♫ (मोबाईल वाचतो) हॅलो ! हो, अरे मी जेवायला घरीच येतेय . तरी नऊ वाजतील. ठीक आहे ? बाय. काळजी घे. लव यू.

विचारात पडू नकोस. हा विवेक नव्हता. मी त्याच्यापासून विभक्त झाल्यावर तो परत पॅरिसला गेला (अस्वस्थ शांतता). आता मी अभी बरोबर राहते आहे गेली तीन वर्षे.

(ब्लॅक आऊट)

** मध्यांतर **

अंक दुसरा

विद्या : मघाशी तुझं बोलणे अर्धवटच राहिलं. तू प्रतिकच्या प्रेमात पडला होतास. मग पुढे काय झालं ?

कैवल्य : पुढचे काही दिवस मी प्रतिकपासून दूर राहण्याचा प्रयत्न केला. जिथवर शक्य होतं तिथवर. मी जेवढा जास्त प्रयत्न करत होतो, तितका अधिकाधिक मी दुखावत होतो. मी प्रतिक पासून दूर जाण्याचा विचार करत होतो, परंतु सगळे फासे उलटेच पडत होते. मला त्या दोघांच्याही आयुष्यातून निघून जायचं होतं. अगदी दूर. परंतु भविष्य परत वर्तमानात परतलं. प्रतिकच्या लक्षात यायला लागलं की मी त्याला लांब ठेवतो आहे आणि माझा उत्साह संपला, जगणं जणू थांबलं. प्रतिक माझ्या शेजारी बसला आणि त्याने मला विचारलं - " तुझं काही बिनसलय का रे ?" मी नकार दिला. परंतु त्याचे डोळे मला वारंवार तोच प्रश्न विचारत होते. प्रतिक म्हणाला, मी त्याच्याशी मन मोकळं बोलेपर्यंत तो एकही शब्द बोलणार नाही. तो गप्पपणे माझ्याकडे बघत राहिला. अगदी एकटक. ही तीच वेळ होती, जेव्हा मी न बोलताही प्रतिकला समजलं होतं मला काय बोलायचं होतं. मी त्याच्याकडे दुर्लक्ष करण्याचा प्रयत्न करत होतो. पण

भविष्य परतून आलं होतं. ज्यातून बाहेर पडणं अशक्यप्राय होतं, . भयप्रद होतं. जणू एखादा साप माझ्यासमोर वेडा वाकडा चालला होता, मला वाट दाखवायला. मला यातून बाहेर काढायला. दुसऱ्या दिवशी प्रतिक माझ्याजवळ आला. काही न बोलता त्याने माझा हात त्याच्या हातात घट्ट धरला. जवळजवळ अर्धा दिवस माझा हात बेंच खालून आपल्या हातात धरून तो बसला होता. मिस क्रिस्टीनचा class होता. त्यादिवशी त्या आल्या नव्हत्या. माझा हात बेंचवर ठेवून त्याने माझ्या हातावर आपला हात ठेवला आणि त्यावर त्याने त्याचं डोकं ठेवलं. जसा काही तो झोपला आहे. माझ्या हृदयाचे ठोके वाढले होते, आणि डोकं ठेवलेल्या अवस्थेत प्रतिकने माझ्या हातावर kiss केलं.

विद्या : काय ? भर वर्गात ? सगळ्यांच्यात तुम्ही दोघे असताना त्याने kiss केलं ?

कैवल्य : हो पण कोणाच्याही लक्षात आलं नाही ते.

विद्या : Quite interesting ! शालेय जीवनात...हे असं...मग तू काय केलंस ?

कैवल्य   : मी प्रतिकला सांगितलं, आता तुझ्याबद्दल वाटणारी आसक्ती मी तुझ्यापासून लपवून ठेवू शकत नाही. गेल्या काही दिवसांत आपल्यात खूप जवळीत झालीय. मी तुझ्यावर जीव जडवून बसलोय. मला वाटलं होतं तुला हवं असलेलं तुझ्या जीवनातलं पहिलं प्रेम अनिताच्या रूपात तुला मिळवून दिलं की माझी यातून सुटका होईल. पण तसं झालं नाही. तुमच्या दोघांमध्ये प्रेमाचा पूल बांधता बांधता मीच तुझ्या प्रेमाच्या वाटेवर कधी चालायला लागलो माझं मलाच समजलं नाही. मी जसजसा तुला समजून घ्यायला लागलो आहे, तसतसं अधिक मी तुझ्यात गुरफटंत चाललो आहे. एक सत्य हेही आहे की तुला अनिताच्या अधिकाधिक जवळ जाताना पाहून मला असुरक्षित आणि अपात्र वाटायला लागला आहे. ♫

त्याच्या प्रेमाने नंतर कुठलाच आकार का घेतला नाही हे मला समजलच नाही. शिशिरापर्यंत - ते दोघे एकमेकांकडे दृष्टिक्षेप टाकत, स्मित हास्य करत, एखादं दोन वाक्य बोलत, काही पत्र लिहीत आणि अगदी थोड्याशा भेटवस्तू. त्यांच्यात तेवढेच घडलं. शेवटचे काही दिवस स्कूलच्या, Farewell च्या गडबडीत गेले. जीवनातील बारा वर्षे आम्ही त्या शाळेत होतो. तो शाळेचा निरोप

समारंभ हा माझ्या प्रेमा, अत्युच्च मैत्रीचा निरोप समारंभ ठरला. ♬ आणि हो, माझ्या जीवनातल्या आनंदाचा सुद्धा ♬ त्याच काही दिवसांत अनिताला ओळखणाऱ्या तसलीम नावाच्या मुलीशी प्रतिकची मैत्री झाली, जी त्या भाषेच्या वर्गात येत असे. तसलीम अनिताला म्हणाली - " तिला वाटतं मी, प्रतिक आणि अनिताशी प्रतारणा केली. त्यांच्यातला पूल मी पूर्ण होऊ दिला नाही". तिला हेही वाटायचं की मी अनितापासून अनेक गोष्टी लपवल्या. अनिता माझ्याशी बोलायला आली. मी तिच्याशी कधीही खोटं बोललो नव्हतो. त्या क्षणी मी तिला सांगून टाकलं, की माझं प्रतिक वर प्रेम आहे. मी त्याच्याकडून कुठल्याही गोष्टीची अपेक्षा न ठेवता निरागस प्रेम केलं. कारण मला माहित होतं की तू त्याला आवडतेस. मला हेही माहित होतं की तुझ्याही प्रतिकबद्दल अगदी त्याच भावना आहेत. म्हणून मीही तुला मदत केली. त्याला जाणून घेण्यासाठी हे सगळं करत असतानाही मी त्याच्याबद्दलच्या माझ्या भावनांना आवरू शकलो नाही. तो मला हवाच होता किंवा तो दुसऱ्या कुणाचाही होऊ नये असं मला कधीच वाटावसं वाटलं नाही. मी हे मुद्दाम घडवलं नाही. माझ्याही नकळत हे ही अगदी अनवधनाने घडलं. मी काहीही करू शकलो नाही.

विद्या : या सगळ्यावर अनिताचं काय मत होतं?

कैवल्य : अनिता काहीच बोलली नाही कधी. शेवटी मात्र एकच वाक्य बोलली -

(वॉईस ओवर)

" सगळं नेस्तनाबूत आणि उध्वस्त झालं. तू मला खूप दुखावलस".

तिथे तसलिमने प्रतिकला माझ्याबद्दल पुनर्विचार करायला सांगितलं. तो खरा प्रामाणिक आहे की स्वार्थी आहे, तुला काय वाटतं? याचा परत एकदा विचार कर. प्रतिकचे विचार तसलीमच्या विचारांशी मेळ खात नव्हते. ती त्याला प्रवृत्त करत होती. मी अनिता सारख्या जिवलग मैत्रिणीच्या भावनांचा अनादर केला होता.. प्रतिक आणि तिच्याशी मी भावभावनांचा खेळ खेळलो होतो. तिला अंधारात ठेवलं होतं. असं तसलीमला वाटत होतं. ♫

परीक्षा संपल्या. प्रतिक माझ्याशी एक शब्दही न बोलता निघून गेला. अनिताने मला समजून घेण्याचा, स्वतःला एकही

मौका दिला नाही. अनिताचं ठाम मत झालं होतं की प्रतिकने भावनांशी प्रतारणा केली होती. आम्हा दोघांच्याही. पण तिचा जास्त राग माझ्यावर होता. कारण आम्ही लहानपणापासून १४ वर्षे एकत्र काढली होती. तिची प्रतिककडून नाही, पण माझ्याकडून अपेक्षा होती.. मी एकाकी पडलो होतो. ♬ २००३ चा उन्हाळा प्रतारणेच ओझं आणि भंगलेल्या भावनांचे रिकामे पण देऊन गेला.. प्रतिक निघून गेल्यावर त्याचं प्रेम आणि त्याच्या दुरावण्याचं दुःख माझी पाठ सोडत नव्हतं. त्यातच त्याचं दुःख मला अधिक दुःखी करत होतं. नेहमीप्रमाणे सगळ्या भावभावना, प्रेम, साऱ्यांचं गोठड बांधून ती माझ्या आयुष्यातूनच निघून गेली, फक्त एकाकी पणाचं दुःख माझ्याजवळ ठेवून. लहानपणीही ती अशीच जायची. पण परत यायची. ह्या वेळचं तिचं जाणं माझ्या जिव्हारी लागलं. कारण ती कायमची गेली होती, कटू आठवणींचा ओझं माझ्याजवळ सोडून. ♬

तुझी आठवण येत नाही, असा दिवस जात नाही,
तू भरून राहिला आहेस, माझ्या गात्रागात्रात।
तुझे अस्तित्व नाकारता येत नाही, स्वीकारताही येत नाही -
इतके महान,

तुझ्या आठवणी लहरीं परी उसळतात, असह्य होऊन जातात ।
जसा गुलमोहर बहरतो, तशा आठवणी बहरत राहतात,
वादळ - वाऱ्यात, उन्हा - पावसात, झाडे जपतात पाना - फुलांना।
तशाच मी जपल्या आहेत आठवणी तुझ्या-माझ्या मनात ,
शिशीरात झाडे रंग बदलतात , त्यांना रंग बदलता येतात,
झाडे विसरतात झडलेल्या पानांना ।
मी काय साठवायचं ? मी काय टाकायचं ?
काय आठवायचं ? काय काय विसरायचं ?
असह्य आकांत मनातल्या मनात, तुला विसरताही येत नाही,
अन आठवण आली, तरी स्वीकारताही येत नाही । ♫

विद्या : आठवणी ह्या अशाच असतात. कधी कडू तर कधी गोड. मी जेव्हा त्याच्याबरोबर होते, तेव्हा मी त्याच्याकडे लक्ष दिलं, की तो किती प्रेमळ नजरेने बघतो आणि गोड हसतो. माझं लक्ष फक्त लग्नाच्या भंगलेल्या बारीक तुकड्यांकडे होतं. मला समजत नव्हती की, दुसरं काही का आठवंत नाहीये ? त्याचं बघणं, त्याचं हसणं... असं का ?

कैवल्य : आपल्याला हे समजतच नाही की सहज घडणाऱ्या गोष्टींना आपण दुर्लक्षित करतो? त्याचवेळी आपण

काही चुकीच्या गोष्टींना प्राधान्य देतो. असं करत असताना नजरचुकीने अनेक गोष्टी आपल्या हातून निसटून जातात. तुटून जातात. ज्यांना आपण परत आणू शकत नाही. जोडू शकत नाही.

विद्या : खरं आहे तू म्हणतोस ते ! खरंच... जे काही होतं ते केव्हाच मोडून पडलं. आता पुन्हा ते बांधणं शक्यच नाही. ♫ माझ्या संसारिक जीवनातल्या काही गोष्टी मला आठवतात. अगदी सध्याच विषयावरचं मोजकच बोलणं, तेही तुटक - तुटक. आज १४ वर्षांनी ते सगळं एकत्रित करण्याचा मी प्रयत्न करते आहे. तसेच त्याने लिहिलेलं पुस्तक वाचताना आज मला जाणवत आहे की आज मी जास्त त्याच्याजवळ आहे, पण सोबत नाही. आज मी अशा मित्राबरोबर राहते आहे, जो अत्यंत प्रेमळ आहे. मला आनंदात ठेवतो. परंतु एका वादळी रात्री हे वाटणं एका क्षणांत उध्वस्त झालं. जेव्हा ते पुस्तक शेल्फ वरून खाली पडलं... बहुतेक त्याच पुस्तकामुळे...

कैवल्य : कसलं पुस्तक ?

विद्या : I am confused. कैवल्य... मला कळतच नाहीये तुला कसं सांगू...

कैवल्य : प्रयत्न तरी कर ! जसं मी माझ्या जीवनाबद्दल सारं काही तुला सांगितलं...

(शांतता दिवे निळ्या रंगात परावर्तित होतात. दिव्याचा फोकस विद्यावर जी स्टेजच्या उजव्या बाजूला सोफ्यावर किंवा डुलत्या खुर्चीवर बसली आहे.) ♪

विद्या : अभी बेंगलोरला गेला होता. मी आराम खुर्चीत बसून पुस्तक वाचत होते आणि माझा डोळा लागला. पाऊस पडत होता. गडगडाट, विजांचं चमकणं चालू असताना शेल्फ वरून एक पुस्तक पडलं, हिरव्या रंगाचं. माझी नजर त्या पुस्तकावर पडली. ते फ्रेंच मध्ये लिहिलेलं होतं. . मी त्याच्या कव्हर वर पाहिलं तर फ्रेंच अक्षर मराठीत परावर्तीत होताना मला दिसलं . आणि मला दिसलं की त्यावर 'विद्यासाठी' असं लिहिलं होतं. पहिल्या गोष्टीचं नाव होतं - 'आपली पहिली भेट', दुसरीचं होतं - 'चांदणी रात्र'. मी जसं जसं पुस्तक वाचंत होते, तसतशी फ्रेंच मधली अक्षर मराठीत परावर्तीत होत होती. वाचताना मला जाणवलं, सारं लिखाण माझ्यावरच लिहिलं आहे. तो आपली पत्नी विद्यावर किती प्रेम करत होता. मधली काही पाने हरवली होती.. मी परत परत सगळी पानं परतून ती पानं शोधंत होते आणि

शेवटचं पान दिसलं. यावर लिहिलं होतं - ' तो अपघातात मृत्यू पावला होता'.

♬ मी घाबरून जागी झाले तेव्हा लक्षात आलं की ते एक स्वप्न होतं. पण तरीही ते फक्त एक स्वप्न नव्हतं. ते मला निवडुंगाच्या काट्यासारखं टोचत होतं. माझं तोंड कोरड पडलं होतं. मला दुःख जाणवत होतं. ते दुःख सामान्य नव्हतं. ते दुःख साठलेल्या आठवणींचं होतं. फ्रिज मधून थंड पाण्याची बाटली काढून मी तोंडाला लावली, घटाघटा पाणी संपवूनच खाली ठेवली. मनात कसली तरी बोच जाणवत होती. पण ती कसली आहे ते लक्षात येत नव्हतं. मी डोळ्यांवर चष्मा लावला आणि टीव्ही लावला. ' पश्चिम घाटाच्या दुरुस्तीची सुरुवात, विद्यार्थ्यांची आत्महत्या, विद्यापीठ संप, सिनेमांना सेन्सॉरची कात्री, आणि... पॅरिसवर अतिरेक्यांचा हल्ला'.. ♬ माझं शरीर थंड पडायला लागलं. अशक्तपणा जाणवू लागला. मी निळ्याशार आकाशाकडे दृष्टी लावली. चंद्राच्या प्रकाशात माझ्या हाताचा पंजा न्याहाळला. तो हात माझा नव्हता. खूप विचार करूनही मला वाटत होतं, ते हात माझे नाहीत. हे पाय माझे नाहीत. पण एका नजरेसरशी मला हे जाणवलं होतं. रात्र संपत आली होती.

पण माझ्या मनात अजूनही अंधारच साठला होता, जणू आत्ताच रात्रीची सुरुवात झाली. माझी नजर त्या लाल पुस्तकाचा शोध घेऊ लागली. माझ्या शेल्फ वर ते पुस्तक मला सापडलं नाही. आश्चर्याची गोष्ट म्हणजे ते पुस्तक मला अभीच्या बुकशेल्फ मध्ये सापडलं. तेही फ्रेंच भाषेत. मी लगेच अभिला फोन केला. त्याला ह्या पुस्तकाबद्दल माहित नव्हतं. फ्रेंचचा 'आदीओस' हा शब्द सोडला तर त्याला काही माहीत नव्हतं. ♩♩

संध्याकाळी विवेकच्या आईचा मला मेसेज आला. 'पॅरिसच्या बॉम्ब हल्ल्यात विवेकचा मृत्यू झाला होता, आदल्या रात्रीच'. ♩बातमी वाचून सगळं जग जणू गोठून गेलं. चंद्राच्या प्रकाशात मी नखशीकांत न्हाऊनही प्लॅस्टरच्या खेळण्यासारखी मी निपचित होऊन पडले होते. त्याक्षणी माझं खरं-खुरं जीवन कुठेतरी झोपी गेल होतं, तेही निपचित. ♩

थोड्याच दिवसांनी मी एक फ्रेंच शिक्षक शोधला, जो ते पुस्तक वाचेल आणि भाषांतर करून सांगेल. तेरा वर्षांनंतर मला जाणवलं, ते पुस्तक म्हणजे आमचं दोघांचं जीवनंच त्याने चितारलेलं होतं. त्याचं माझ्यावर खूप प्रेम होतं, हे मला तेव्हा समजलं. आता माझ्या हातात फक्त आमच्या आठवणी उरल्या

आहेत. आज मी अभी बरोबर राहते. पण मी इथे नाहीये, माझं हृदय सतत विवेकच्या आठवणीं सोबतच आहे. पण अशा कुठल्या आठवणी आहेत माझ्या सोबतीला ? जेव्हा मी त्याच्याबरोबर होते, माझं त्याच्याकडे लक्षही नसायचं. तो माझ्याकडे बघायचा आणि हसायचा.

आज मला जाणवतंय त्याचं फक्त माझ्याकडेच लक्ष असायचं. त्याचं बघणं, हसणं, सारं माझ्यासाठीच असायचं. तेच तर सारं त्याने त्याच्या पुस्तकात लिहिलं होतं. जे त्याच्या विचारात माझ्या रूपाने वसलं होतं माझ्या आठवणी माझ्या दृष्टीने नरक यातना झाल्या होत्या. ♫ काही काळानंतर सगळं काही घमेल्यात घट्ट झालेल्या सिमेंट सारखं कडक होत गेलं,अगदी आठवणी सुद्धा आपण परत मागे फिरूच शकत नाही.. त्या काळ्याकुट्ट रात्रीनंतर मी ती विद्या राहिलेच नाही. ♫

सगळ्या ऋतूंचे हिशेबच विसरले आहे,
तू खरंच प्रेम करत होतास का?
याच संभ्रमात, हे जीवन निघून गेलं,
त्या अगोदरच तू तुझ्या हातात,
हे चांदण्याचे हात घ्यायला हवे होतेस ।

अन या आयुष्याच्या रानातून,
फुललेल्या या पाऊल वाटेवरून,
तू माझ्यासोबत चालायला हवे होतेस।
तेव्हाच तुला कळलं असतं,
तू जे स्वप्न पहात होतास,
तेच स्वप्न मीही पहात होते,
तुझं जे ध्येय होतं, कदाचित तेच माझं ध्येय होतं।
बोलला असतास मनमोकळं, तर तुलाही समजलं असतं,
तुला आवडणारा ऋतू रंगगंधासह, मलाही आवडतो।
तुझ्या आणि माझ्या क्षितिजाचे, एक आभाळ होते,
आपलं हे मर्मबंधी नातं, आज गगनाला गवसणी घालतय,
खरं सांगते तुला, माझं हे जीवन, केवळ तुझ्यामुळेच बहरतंय।
पण....... शिशिरात। ♬

(दिव्यांचा फोकस कैवल्यवर, जो स्टेजच्या डाव्या बाजूला हळूहळू चालत जातो. डाव्या बाजूला एक बागेतील बेंचवर बसून तो पुढील स्वगत बोलतो.)

कैवल्य : देवांनी फासे टाकले तेव्हा त्यांनी विचारही केला नाही की, आपल्याला हा खेळ खेळायचा आहे की नाही.

त्यांना आपल्या मनाची पडलेली नसते, त्यांचा संबंध असतो फाशांवर चितारलेल्या आपल्या नशिबाशी. आपल्या इच्छा काय आहेत, आपण कुठल्या आशा उराशी बाळगल्या आहेत, याचा साधा विचारही करायची देवाला गरज नसते. त्याने फासे टाकले आहेत आणि आपणच त्या फाशांचं लक्ष आहोत एवढेच सत्य. फासे वाऱ्याबरोबर हलत असतात. वारा ज्या दिशेला जसा वाहील, फासे तसेच आपलीही दिशा बदलतात. कधी ते आपल्याला नको असलेलं दान पदरात टाकतात. जसं त्यांनी तिच्या आणि विवेकच्या प्रेमाच्या बाबतीत टाकलं. पण वाऱ्याची बदलणारी दिशा कधीकधी तुम्हाला हवं असलेलं दानही फाशांच्या रूपात देते. जस एक दान माझ्या आणि प्रतिकच्या बाजूने पडलं. २००३चा साल एकही शब्द न बोलता प्रतिक माझ्या आयुष्यातून निघून गेला, तेव्हा फाशांच दान माझ्या बाजूने पडलं नाही. कारण वारा उलट्या दिशेने वाहत होता. वाऱ्याची दिशा माझ्याकडे फिरून फाशांच दान मला हवं तसं पडायला तेरा वर्षे मला वाट पहावी लागली. ♫ अचानक एका मित्राच्या शोकसभेत प्रतिकची आणि माझी भेट झाली. त्यावेळी नोव्हेंबर महिना असूनही पाऊस पडत होता. डोक्यावर काळी छत्री धरलेला प्रतीक मला निळ्याशार पावसात भिजलेला दिसला.

क्षणभरासाठी मला वाटलं हा भास आहे नियती मला खेळवते आहे मी त्याच्या जवळून जाऊ लागलो..... आणि त्याच क्षणी त्याने माझा हात धरला आणि म्हणाला, ' प्लीज जाऊ नकोस' मनात म्हणालो., ' मी कधीच कुठेही लांब गेलो नव्हतो प्रतिक, लांब गेलास, निघून गेलास तो तू. मी नाही'. पुढच्या शिक्षणासाठी तो USला गेला आणि तिथेच settle झाला. आज तेरा वर्षांनी तो परत आलाय हे सांगायला - ' प्लीज जाऊ नकोस' ?

♫ रस्त्यावर कडेला खांबावर इलेक्ट्रिकचा दिवा होता. त्याचा पडलेला पिवळा प्रकाश आणि ढगांचे थवे यांच्या साथीने आम्ही एका बाकावर भिजलेल्या आठवणी घेऊन बसलो. अगदी गप्पपणे. ♫ त्याच्या बोलण्याने शांतता संपली. तो म्हणाला,'मला खूप वाईट वाटतं आणि अपराधीपणाची जाणीवही होते. ज्या पद्धतीने तुझ्याशी एकही शब्द न बोलता मी तुझ्या आयुष्यातून निघून गेलो'. माझ्या मनाची त्याच्याकडून क्षमा याचनेची अपेक्षा नव्हती. त्याच माझ्या इतक्या समीप बसणं मला अत्यानंद देत होतं. त्याने हातात घेतलेल्या माझ्या हातांना होणारा त्याचा स्पर्श मला हवाहवासा वाटत होता. गेल्या 13 वर्षांत तो अनेकांच्या संपर्कात आला होता. प्रेमातही पडला होता. परंतु त्याला ब्रम्हानंद

देणारं प्रेम मिळालं नव्हतं. हळुवार, शांतपणे, गाढ निद्रेसारखं ! ♫ आता प्रतिकला नव्याने कैवल्याच्या प्रेमात पडायचं होतं, आम्ही नियमित भेटत होतो., बोलत होतो नव्यानेच जणू प्रेमात पडलो होतो. आता आम्ही एकत्रच राहतो आहोत. २००३ साली विखुरलेल्या आठवणींच्या क्षणांना जपत, आठवणी त्या निघून गेलेल्या मैत्रिणींच्या आणि मित्रांच्या. पण आता तेरा वर्षांच्या प्रदीर्घ कालानंतर माझं प्रेम माझ्या आयुष्यात परतलं आहे सोडून गेलेली मैत्रीणही अशीच अवचित भेटेल अशी मला आशा वाटते. ♫

विद्या   : माझं विवेकशी २००३ मध्ये लग्न झालं आणि २००४ मध्ये आम्ही वेगळे झालो तब्बल तेरा वर्षांनी मी त्याच्याच प्रेमात आकंठ बुडाले, जो या जगातच नाही नोव्हेंबर मध्ये रात्री आलेल्या अवचित पावसापासून मी ते विखुरलेले क्षण., उरलेल्या आठवणी गोळा करते आहे, माझं जीवन नव्याने उभारण्यासाठी !

(विद्या उभी राहून बोलते)
ते माझ्या आयुष्यातलं आलेलं,
विवेकरुपी वादळ, आलं आणि गेलं !
सारं काही उध्वस्त करत ।

जेव्हा ते गेलं, मला हादरवून गेलं
मुळापासून मला, उन्मळवून गेलं ।

(कैवल्य उभा राहून बोलतो)

कैवल्य : मनाच्या झालेल्या चिंध्या,
अन हृदयाचे शतशः तुकडे
ज्यात त्याचं प्रतिबिंब, मला आजही दिसतं आहे !
पण फक्त प्रतिबिंब.....

विद्या : कारण वादळाला मागे सोडून मी बरीच पुढे आले आहे.

एकत्र : वादळातल्या मलाही सोडून
नवीन जन्मलेल्या मी सह,
सुरेख आठवणींच्या तुकड्यांनी बांधलेल्या
आरसपानी महालात ।

(ब्लॅक आउट)

**** समाप्त ****

लेखक - दिग्दर्शकाची नोंद

'Blue Storm' हा प्ले लिहून चार वर्षे होऊन गेली होती. शेवट सुचतच नव्हता , त्यामुळे शेल्फ वर शेवटाची वाट बघत होता. मी दोन शेवटांचा मनात विचार केला होता , आणि लिहूनही ठेवले होते, पण मन कुठल्याही शेवटाचा विचार करायला तयारच होत नव्हतं. एका संध्याकाळी अवचित मला छान शेवट सापडला आणि युरेकाचा आनंद झाला. त्या क्षणी लेखन परिपूर्ण झाल्याचा आनंद झाला. मी ते लिखाण ' Asia Playwright's Festival 2021' ह्यांना पाठऊन दिलं. आठ महिन्यांच्या प्रदीर्घ काळानंतर, त्यांचा मला मेल आला, माझा प्ले निवडला गेला होता, कोरिया येथे कोरियन मध्ये perform करण्यासाठी . माझ्या आनंदाला पारावार राहिला नाही, कारण आजपर्यंत फार क्वचितच माझे प्ले मी फेस्टिवल साठी पाठवले होते. आपला प्ले फेस्टिव्हल मध्ये, कोरियन भाषेत अनुवादित होऊन सादर केला जाणार आहे याचंच मला अपृप वाटत होतं. मी जेव्हा प्ले ह्या फेस्टिवल साठी पाठवला , त्यात दिग्दर्शना बद्दल काहीच लिहिलं नव्हतं. पण आश्चर्य म्हणजे, माझ्या मनात मी जसा लाईट्स, स्टेज वरची मांडणी, ह्याचा विचार केला होता समोर

तोच दिसत होता. मी प्ले मध्ये मला कसं संगीत अपेक्षित आहे हे ही लिहिलं नव्हतं. परंतु संपूर्ण प्ले मध्ये रिमझिम पडणाऱ्या पाऊसाचा, वेगवेगळ्या रुपात सुंदर वापर केला होत, जसा की पाऊस असताना जाणवणारा हवेतला ओलावा, छतावरून ओघळणाऱ्या थेंबाचा जमिनीवर होणारा टीपटिप आवाज, असे बरेच काही करता येईल. हाच प्ले 'नोव्हेंबर चा पाऊस' ह्या मराठी नावाने स्टेज वर आणला. ह्यात इंग्लिश मध्ये नसलेले, पण दिग्दर्शकाला हवे असणारे संगीत किंवा प्रत्यक्ष वादकाना घेऊन केलेलं संगीत याचा मुक्तपणे मनासासारखा वापर करता येईल. नाटकात प्रतिभा जोशी यांच्या दोन कविता आहेत.

इंग्लिश भाषेतला हा प्ले ' St.Andrew's Centre for Philosophy and Performing Arts(Mumbai) मध्ये, ओमकार भाटकर आणि शर्मिला वेळासकर कडणे ह्यांनी सादर केला. हाच प्ले मराठीत सितारा स्टुडिओ', 'यशवंत नाट्य मंदिर', आणि 'स्टुडिओ तमाशा' येथे संकेत आंगणे आणि बागेश्री जोशी ह्यांनी सादर केला होता.

सादरीकरणासाठी आणि नाटकाच्या स्टेजिंगसाठी कृपया संपर्क साधा: metamorphosistheatreinc@gmail.com

दोन शब्द... अनुवादकाचे

डॉ. ओमकार भाटकर यांनी यांचं " BLUE STORM " हे नाट्य पुस्तक मला मराठीत अनुवाद करायला दिलं. ओमकार यांचं इंग्लिशवर प्रचंड प्रभुत्व आहे. हे मी जाणून होते. त्यामुळे मला हे शिवधनुष्य कितपत झेपेल ? असा प्रश्न मला पडला होता पण म्हटलं प्रयत्न तर करून बघूया., म्हणून अनुवाद करायला घेतला.

त्यांचं इंग्लिश मधलं पूर्ण पुस्तक वाचून काढलं कुठून एवढा शब्द भंडार उघडतो तेच कळंत नव्हतं त्याचे अनेक शब्द माझ्या आकलन शक्तीच्या पार पलीकडे होते त्यात अडलेल्या सर्व शब्दांचे अर्थ मी त्यालाच विचारंत होते..., आणि मगच अनुवाद करायला घेतला अनुवाद करताना आयुष्यभरात साठवलेली मराठी शब्दांची पोतडी, मनाच्या प्रशस्त प्रांगणात ओतली , आणि त्याच्या शब्दांना साजेसे शब्द शोधायला सुरुवात केली.

समाजाच्या मनःपटलावर अजूनही लिहिला न गेलेला एक वेगळ्याच धारणेचा विषय त्याने ह्या पुस्तकात मांडला आहे तोही कुठल्याही नात्याची पायमल्ली न होण्याची दक्षता घेऊनच.

विषय बंधनात राहूनही बंधमुक्तते कडे वळणारा आहे. आवडला मला.

लिखाण गद्यात असूनही, नकळत काव्यात उतरतं, आणि सुरांची अनोखी मेहेफिल सजवतं. मला त्याचं लिखाण पर्यायी आणि त्याच्या शब्दांना पूरक असे शब्द शोधायला भाग पाडंत होतं., उद्युक्त करत होतं.

तारेवरची कसरत काय असते, हे मला या पुस्तकाचा अनुवाद करताना कळालं.

भाषा रूपांतर करणाऱ्या बद्दल

लहानपणापासूनच प्रतिभा जोशी यांना संत ज्ञानेश्वर, संत जनाबाई यांचे काव्य आणि लेखिका आशा बगे, शांता शेळके यांच्या साहित्यात रुची होती.

सांसारिक जबाबदाऱ्या, कर्तव्य ह्या साऱ्याच्या जोडीने त्यांचं जगण्यावर असलेलं प्रेम, त्यांच्या कविता आणि साहित्य हातात हात घालून चालत होतं. त्यांनी ' समिधा ' नावाच स्वगत स्वरुपात पुस्तकही लिहिलं. कालांतराने ओमकार भाटकर ह्यांनी ते ' बंध - अनुबंध ' नावाने नाट्य रुपात रंगमंचावर आणलं. त्यानंतर प्रतिभा जोशी ह्यांनी कवितांच्या जोडीला मराठी अनुवाद करायला सुरुवात केली. त्यांनी ओमकार भाटकर ह्यांच्या ' Oblivion ' आणि ' The Black Sun ' ह्या इंग्रजी नाटयांचे मराठीत अनुवाद केले आहेत.

लेखकाबद्दल

डॉ. ओमकार भाटकर

डॉ. ओमकार भाटकर हे डॉक्टरेट प्रबंध असलेले समाजशास्त्रज्ञ आहेत. प्रॉक्सेमिक्स आणि सोशल इकोलॉजीशी संबंधित लिखाण ते करतात.

एक दशकापासून व्हिजिटिंग प्रोफेसर म्हणून शिकवत आहेत, तसेच जोडीला चित्रपट सिद्धांत, संस्कृती आणि जेंडर स्टडीज़ अभ्यास, ह्यात सुद्धा त्यांचा हातखंडा आहे. लंडन स्कूल ऑफ इकॉनॉमिक्स इंटरनॅशनल प्रोग्राम्स साठी

समाजशास्त्रातील प्राध्यापक म्हणूनही काम केले आहे. ते St. Andrew's Centre for Philosophy and Performing Arts ह्यांचे सह-संस्थापक आणि प्रमुख आहेत, जे कला आणि शैक्षणिक यांच्याशी जोडण्यासाठी सतत प्रयत्नशील असते. डॉ. ओमकार यांचा 'टामॉर्फोसिस थिएटर एंड फ़िल्म्स' नावाचा ग्रुप आहे. त्यात मुख्यत्वे पोएट्री इन मोशन, एक्जिस्टेंशिअलिस्ट थीम्स आणि अनुवादित कंटेम्प्रेरी फ्रेंच प्ले आहे. ते स्टेज समीक्षक, प्ले साठी रिव्यूज़ ही लिहितात. डॉ. भाटकर यांचा 'ब्लू स्टॉर्म' नावाचा प्ले एशिया प्लेराइट्स थिएटर फेस्टिवल 2021 जो दक्षिण कोरिया येथे झाला त्यात ह्याची निवड झाली होती. त्यांची 'दी फेयरवेल बँड' ही फिल्म 'व्हाईट सिटी फ़िल्म फेस्टिवल, नेब्रास्का येथे निवडली गेली होती.

ते थिएटर मध्ये व्यग्र असूनही, फिल्म्स बनवण्यातही ते अग्रणी आहेत फिल्म साठी त्यांनी स्वतः लेखन, दिग्दर्शन केले आहे. उदाहरण द्यायचं झालं तर 'परहैप्स टी'. आणि दी फेयरवेल बँड. टेस्टीमोनी ऑफ़ एमिली ही 3 देता येतात. त्याशिवाय त्यांनी 'Painted Hymns : The Chapels of Santa Monica नावाची काव्यात्मक डोक्यूमेंट्री बनवली. त्यांनी 'Time,

Distance, Memory on the Feather of a Wing ' ही प्रायोगिक फिल्म सुद्धा बनवली. ह्यांची मानसिकता तरल आणि भावनिक असल्यामुळे ते स्वतःला , कवितेत झोकून देतात. एव्हढ्या सगळ्या वाटा चोखाळत असताना कधी निवांत वेळ मिळालाच तर ते पेंटिंग, वाचन लेखन करतातच पण त्यांना ब्लैक टी पीत विविध विषयावर चर्चा करायलाही आवडतं.

www.ingramcontent.com/pod-product-compliance
Lightning Source LLC
LaVergne TN
LVHW041225080526
838199LV00083B/3380
9789362690449